மண்நிறக் கரடி, மண்நிறக் கரடி,
நீ என்னத்தைப் பார்க்கிறாய்?

Brown Bear, Brown Bear, What Do You See?

Eric Carle

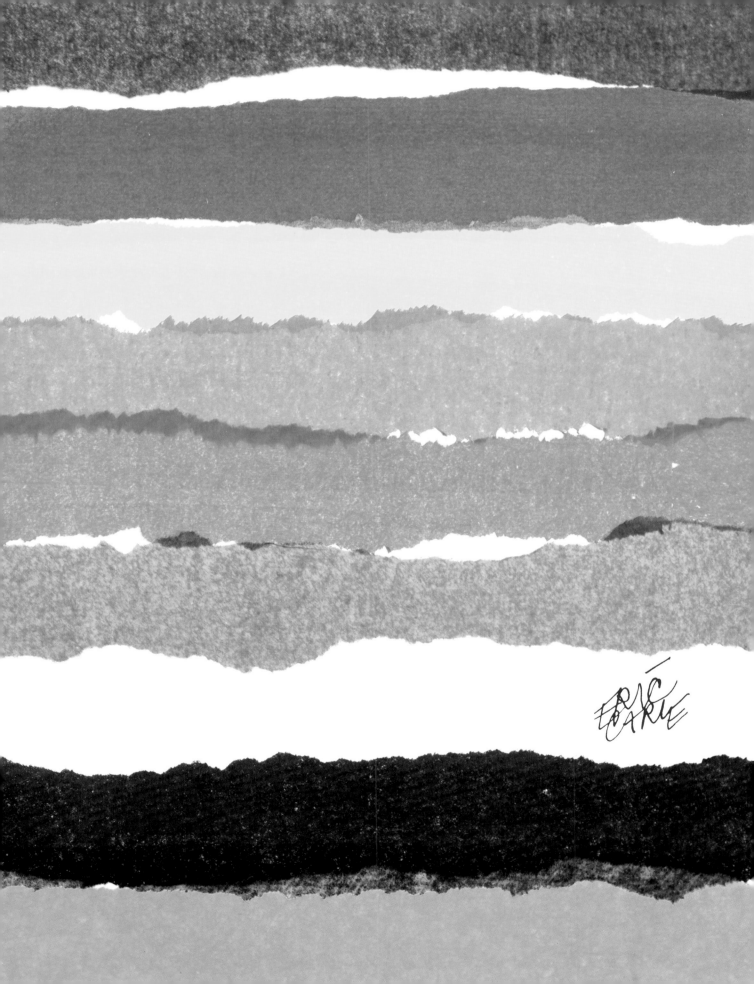

Pictures by Eric Carle

மண்நிறக் கரடி, மண்நிறக் கரடி,
நீ என்னத்தைப் பார்க்கிறாய்?

Brown Bear, Brown Bear,
What Do You See?

by Bill Martin, Jr.

Tamil translation by Nallathamby Rajalingam

Mantra Lingua

மண்நிறக் கரடி, மண்நிறக் கரடி,
நீ என்னத்தைப் பார்க்கிறாய்?

Brown bear, brown bear,
what do you see?

சிவத்தப்பறவை
ஒன்று என்னை நோக்குவதை
நான் பார்க்கிறேன்.

I see a red bird
looking at me.

சிவத்தப் பறவை,
சிவத்தப் பறவை,
நீ என்னத்தைப் பார்க்கிறாய்?

Red bird, red bird,
what do you see?

மஞ்சள் வாத்து ஒன்று என்னை
நோக்குவதை நான் பார்க்கிறேன்.

I see a yellow duck
looking at me.

மஞ்சள் வாத்து, மஞ்சள் வாத்து,
நீ என்னத்தைப் பார்க்கிறாய்?

Yellow duck, yellow duck, what do you see?

நீலக்குதிரை ஒன்று என்னை
நோக்குவதை நான் பார்க்கிறேன்.

I see a blue horse
looking at me.

நீலக்குதிரை,
நீலக்குதிரை,
நீ என்னத்தைப் பார்க்கிறாய்?

Blue horse, blue horse,
what do you see?

பச்சைத்தவளை ஒன்று
என்னை நோக்குவதை
நான் பார்க்கிறேன்.

I see a green frog
looking at me.

பச்சைத்தவளை, பச்சைத்தவளை,
நீ என்னத்தைப் பார்க்கிறாய்?

Green frog, green frog,
what do you see?

ஊதா நிறப்பூனை ஒன்று என்னை
நோக்குவதை நான் பார்க்கிறேன்.

I see a purple cat
looking at me.

ஊதா நிறப்பூனை, ஊதா நிறப்பூனை,
நீ என்னத்தைப் பார்க்கிறாய்?

Purple cat, purple cat,
what do you see?

வெள்ளை நாய் ஒன்று
என்னை நோக்குவதை
நான் பார்க்கிறேன்.

I see a white dog
looking at me.

வெள்ளை நாய், வெள்ளை நாய்,
நீ என்னத்தைப் பார்க்கிறாய்?

White dog, white dog,
what do you see?

கறுத்த ஆடு ஒன்று என்னை
நோக்குவதை நான் பார்க்கிறேன்.

I see a black sheep
looking at me.

கறுத்த ஆடு, கறுத்த ஆடு,
நீ என்னத்தைப் பார்க்கிறாய்?

Black sheep, black sheep,
what do you see?

தங்க மீன் ஒன்று
என்னை நோக்குவதை
நான் பார்க்கிறேன்.

I see a goldfish
looking at me.

தங்க மீன், தங்க மீன்,
நீ என்னத்தைப் பார்க்கிறாய்?

Goldfish, goldfish,
what do you see?

குரங்கு ஒன்று என்னை நோக்குவதை
நான் பார்க்கிறேன்.

I see a monkey
looking at me.

குரங்கு, குரங்கு,
நீ என்னத்தைப் பார்க்கிறாய்?

Monkey, monkey,
what do you see?

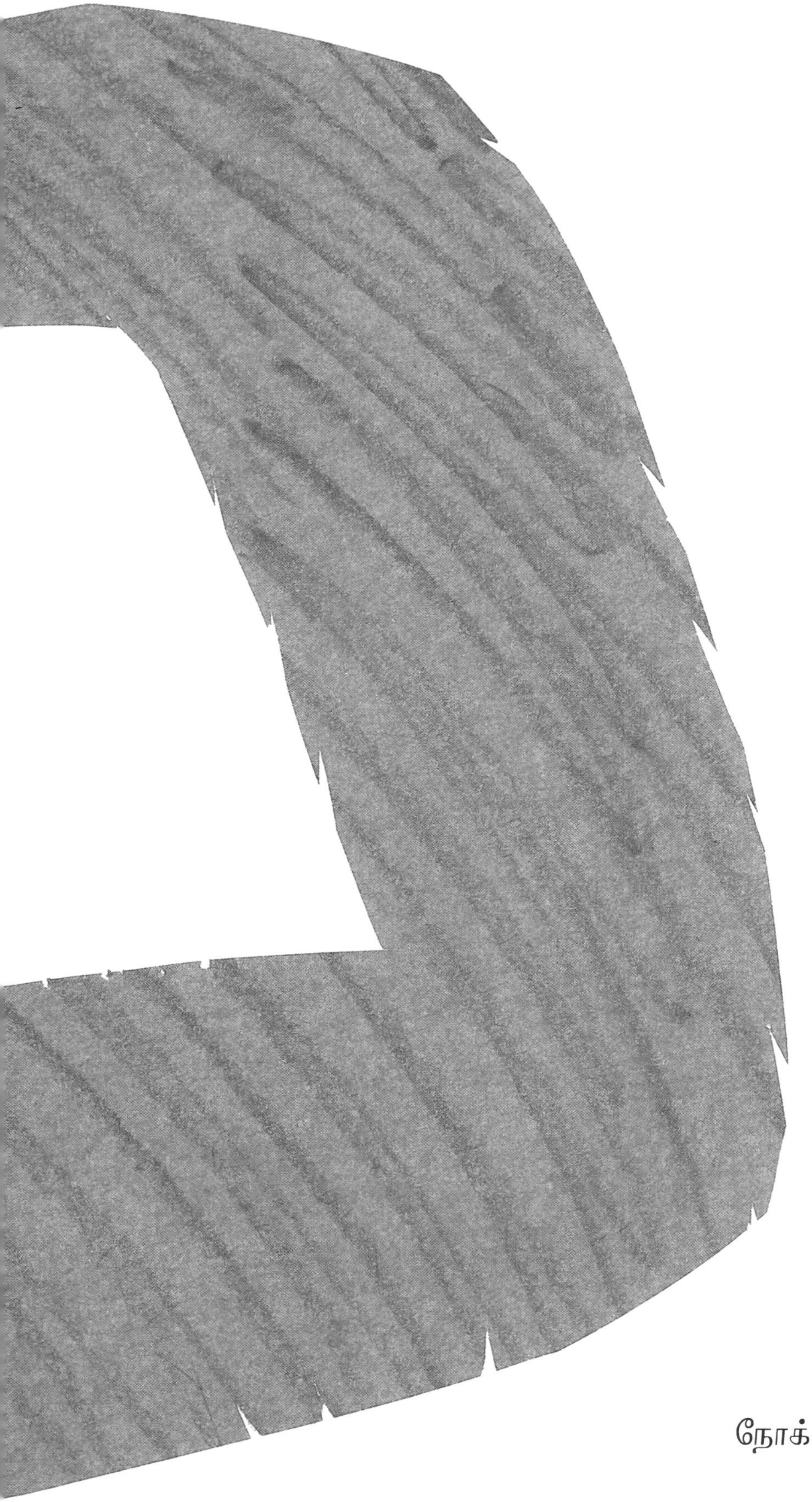

குழந்தைகள் என்னை
நோக்குவதை நான் பார்க்கிறேன்.

I see children
looking at me.

குழந்தைகள், குழந்தைகள்,
நீங்கள் என்னத்தைப் பார்க்கிறீர்கள்?

Children, children,
what do you see?

ஒரு சிவத்தப் பறவை   a red bird

நாங்கள் ஒரு மண்ணிறக் கரடியைப் பார்க்கிறோம்.

We see a brown bear

ஒரு பச்சைத் தவளை   a green frog

ஒரு கறுத்த ஆடு   a black sheep

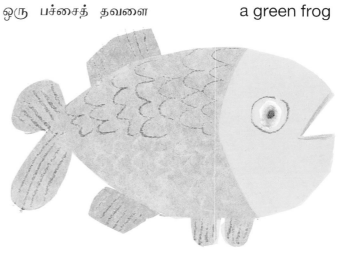

ஒரு தங்க மீன்   a goldfish

ஒரு மஞ்சள் வாத்து   a yellow duck

ஒரு நீலக் குதிரை   a blue horse

ஒரு ஊதா நிறப்பூனை   a purple cat

ஒரு வெள்ளை நாய்   a white dog

மேலும் ஒரு குரங்கு
எங்களை நோக்குகிறது.
அதைத்தான் நாங்கள் பார்க்கிறோம்.

and a monkey looking at us.
That's what we see.

Eric Carle

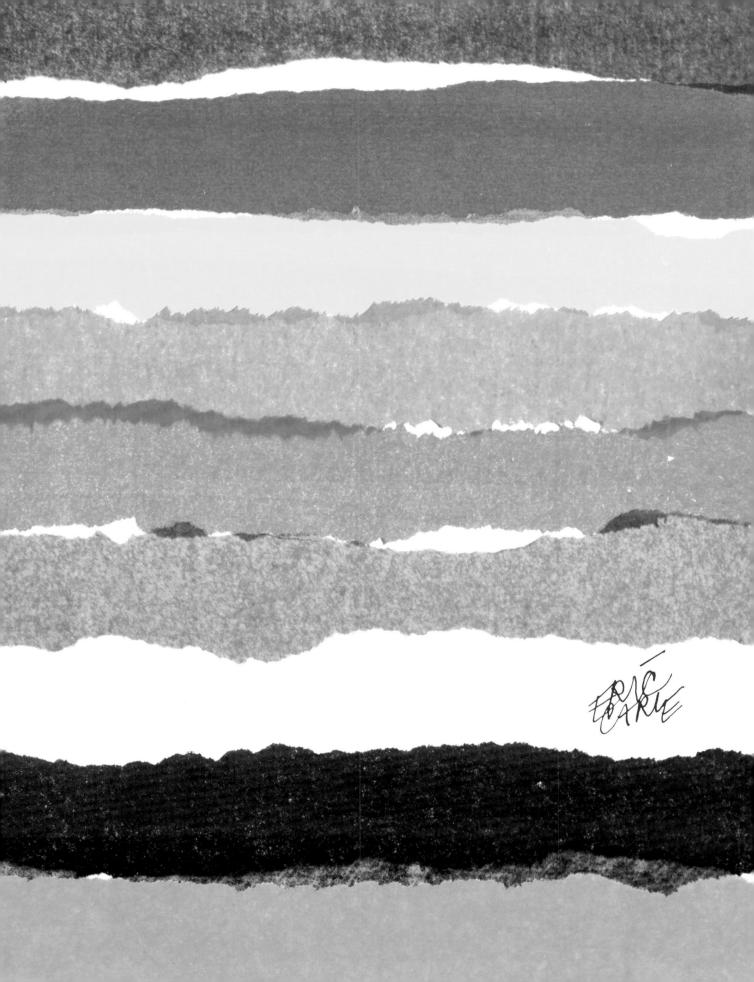

Text copyright © 1967, 1983 Holt Rinehart and Winston
Illustration copyright © 1984 Eric Carle
Dual language copyright © 2004 Mantra Lingua

This edition 2015

ISBN 978 1 84444 126 6

A CIP record for this book is available from the British Library

First published in dual language in Great Britain 2004 by Mantra Lingua Ltd
Global House, 303 Ballards Lane, London N12 8NP, UK
www.mantralingua.com

Printed in Paola,Malta MP210815PB09151266